AF220650

Impressum
Verlag: BABADADA GmbH, Nedderfeld 112 , 22529 Hamburg
Geschäftsführer / Verlagsleitung: Harald Hof
Druck: Books on Demand GmbH, In de Tarpen 42, 22848 Norderstedt

Imprint
Publisher: BABADADA GmbH, Nedderfeld 112 , 22529 Hamburg, Germany
Managing Director / Publishing direction: Harald Hof
Print: Books on Demand GmbH, In de Tarpen 42, 22848 Norderstedt

1

shule

colegio

kugawanya
dividir

186/2

sajili
aula

ubao
pizarrón

eneo la shule
patio de escuela

mwalimu
maestro

karatasi
papel

kuandika
escribir

kalamu
birome

dawati
escritorio

rula
regla

kitabu
libro

mwanafunzi
alumno

mkoba

mochila

kikasha cha penseli

caja de lápices

penseli

lápiz

kichonga penseli

sacapuntas

mpira

goma (de borrar)

pedi ya kuchora

bloc de dibujo

uchoraji

dibujo

brashi ya rangi

pincel

sanduku la rangi

caja de pinturas

mkasi

tijera

gundi

pegamento

daftari

cuaderno de ejercicios

kazi ya nyumbani

tarea

nambari

número

jumlisha

sumar

ondoa

restar

zidisha

multiplicar

kokotoa

calcular

barua

letra

alfabeti

abecedario

neno

palabra

maandishi

texto

kusoma

leer

chaki

tiza

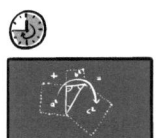

somo

lección

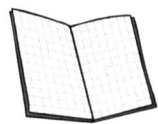

sajili

cuaderno de clase

uchunguzi

examen

cheti

certificado

sare za shule

uniforme escolar

elimu

educación

elezo

enciclopedia

chuo kikuu

universidad

darubini

microscopio

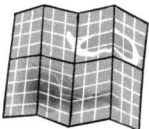

ramani

mapa

kikapu cha kuweka karatasi chafu

tacho (de basura)

usafiri
viaje

hoteli
hotel
Grand
hosteli
hostel
ROOMS
EXCHANGE
ofisi ya ubadilishanaji
casa de cambio
sanduku
valija
gari
auto

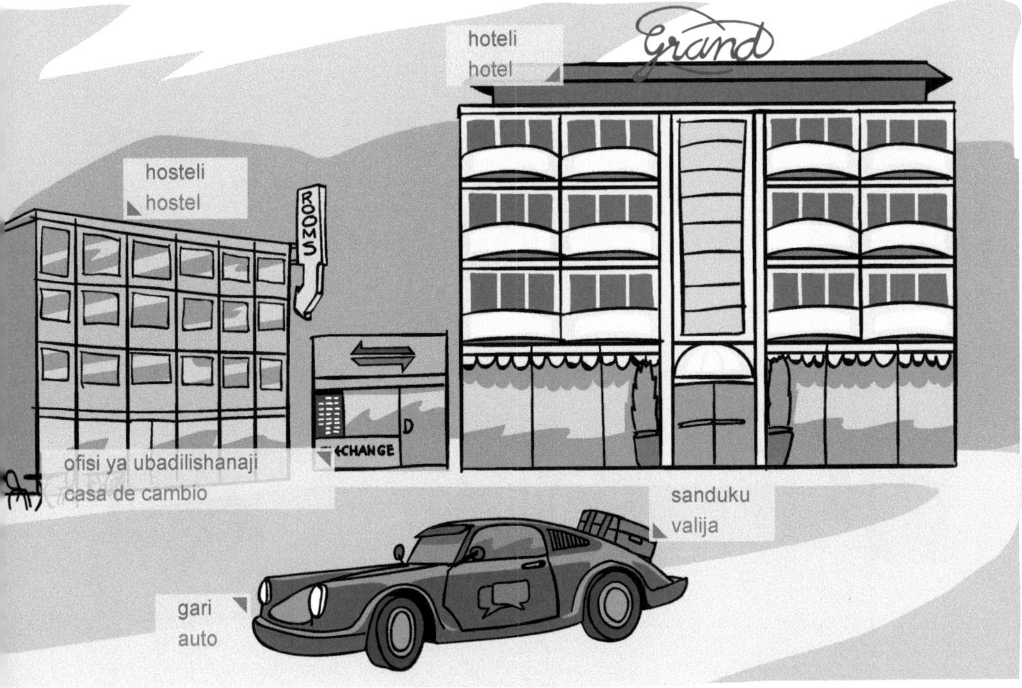

lugha

idioma

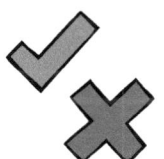

ndiyo / la

sí / no

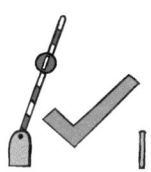

sawa

Está bien

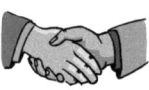

hujambo

hola

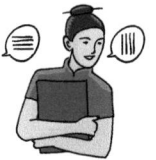

mtafsiri

traductor

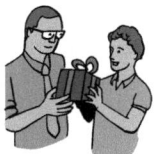

Asante

Gracias

kiasi gani ni ...?

¿cuánto cuesta...?

Sielewi

No entiendo

tatizo

problema

Jioni njema!

¡Buenas tardes!

Habari za asubuhi!

¡Buenos días!

Usiku mwema!

¡Buenas noches!

kwa heri

adiós

mwelekeo

dirección

mizigo

equipaje

mfuko

bolso

shanta

mochila

mgeni

invitado

chumba

habitación

begi la kulalia

bolsa de dormir

hema

carpa

taarifa ya utalii

información turística

ufuo

playa

kadi

tarjeta de crédito

kifunguakinywa

desayuno

chakula cha mchana

almuerzo

chakula cha jioni

cena

tiketi

pasaje

kuinua

ascensor

muhuri

sello

mpaka

frontera

mila

aduana

ubalozi

embajada

visa

visa

pasipoti

pasaporte

usafiri
transporte

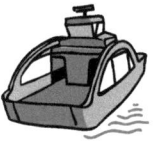

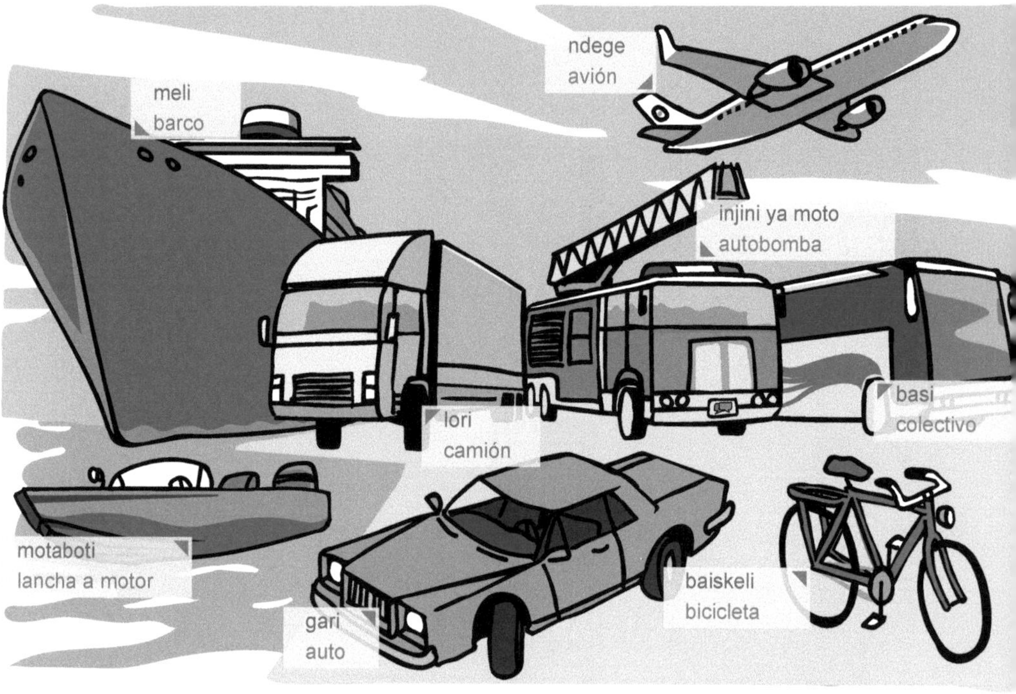
ndege
avión
meli
barco
injini ya moto
autobomba
basi
colectivo
lori
camión
motaboti
lancha a motor
baiskeli
bicicleta
gari
auto

feri
ferry

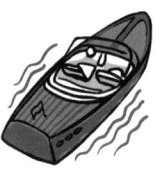

mashua
bote

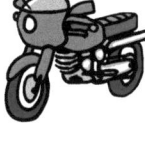

pikipiki
moto

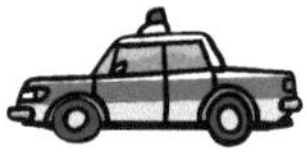

gari la polisi
patrullero

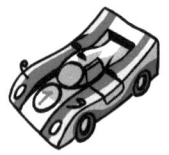

gari la mashindano
auto de carreras

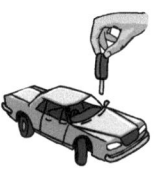

gari la kukodisha
auto de alquiler

kushiriki gari

alquiler de autos

lori la kuvuta

grúa

ukusanyaji taka

camión de basura

motor

motor

mafuta

nafta

kituo cha mafuta

estación de servicio

ishara trafiki

señal de tránsito

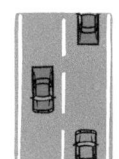

trafiki

tránsito

msongamano

embotellamiento

maegesho

estacionamiento

kituo cha treni

estación de tren

reli

vías

garimoshi

tren

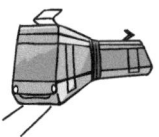

tremu

tranvía

gari la mizigo

vagón

helikopta

helicóptero

uwanja wa ndege

aeropuerto

mnara

torre

abiria

pasajero

chombo

contenedor

katoni

caja de cartón

mkokoteni

carretilla

kikapu

canasta

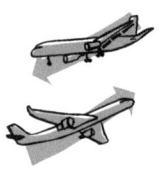

ondoka

despegar / aterrizar

jiji

ciudad

kijiji

pueblo

katikati ya jiji

centro de ciudad

nyumba

casa

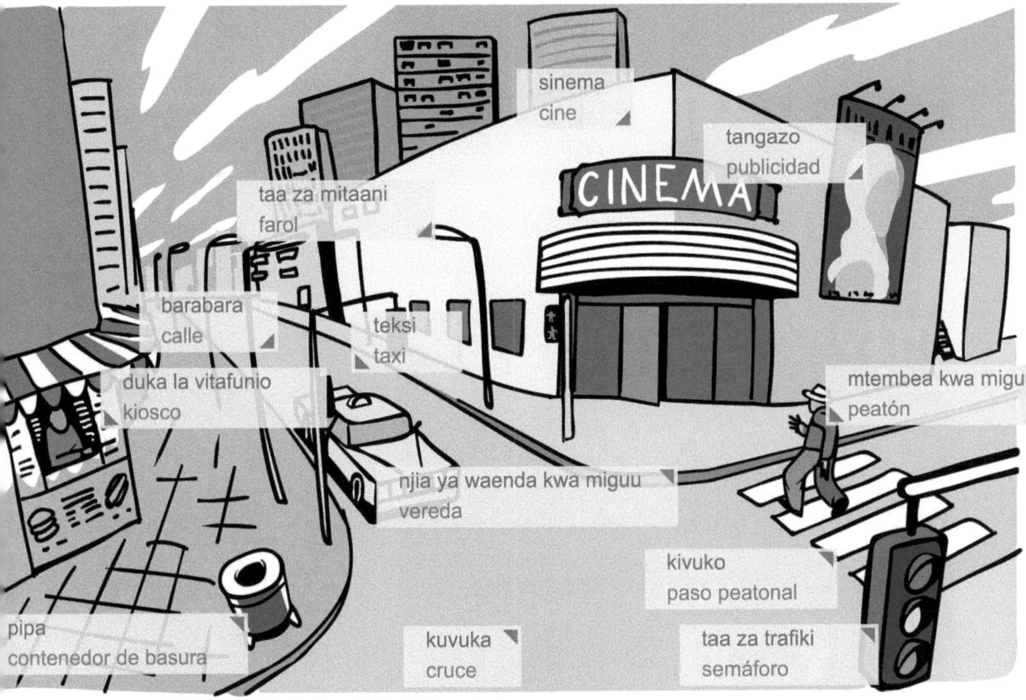

sinema
cine

tangazo
publicidad

taa za mitaani
farol

CINEMA

barabara
calle

teksi
taxi

duka la vitafunio
kiosco

mtembea kwa miguu
peatón

njia ya waenda kwa miguu
vereda

kivuko
paso peatonal

pipa
contenedor de basura

kuvuka
cruce

taa za trafiki
semáforo

kibanda
cabaña

gorofa
departamento

kituo cha treni
estación de tren

ukumbi wa mji
municipalidad

Makavazi
museo

shule
colegio

jiji - ciudad

11

chuo kikuu

universidad

benki

banco

hospitali

hospital

hoteli

hotel

duka la dawa

farmacia

ofisi

oficina

duka la kitabu

librería

duka

negocio

duka la maua

florería

dukakuu

supermercado

soko

mercado

idara ya kuhifadhi

grandes tiendas

mwuza samaki

pescadería

kituo cha ununuzi

centro comercial

bandari

puerto

Hifadhi

parque

benki

banco

daraja

puente

vidato

escaleras

chini ya ardhi

subte

handaki

túnel

kituo cha mabasi

parada del colectivo

bar

bar

mgahawa

restaurante

sanduku la posta

buzón

ishara ya barabara

letrero

mita ya maegesho

parquímetro

bustani ya wanyama

zoológico

kidimbwi cha kuogelea

pileta

msikiti

mezquita

shamba

granja

uchafuzi

contaminación

makaburini

cementerio

kanisa

iglesia

uwanja wa michezo

juegos infantiles

hekalu

templo

mazingira
paisaje

jani
hoja

ishara ya mwelekeo
poste indicador

njia
camino

malisho
pradera

jiwe
piedra

mtembeaji wa masafa
excursionista

mti
árbol

mto
río

nyasi
hierba

ua
flor

bonde

valle

kilima

montaña

ziwa

lago

msitu

bosque

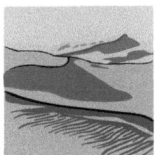

jangwa

desierto

volkano

volcán

ngome

castillo

upinde wa mvua

arco iris

uyoga

champiñón

mtende

palmera

mbu

mosquito

kuruka

mosca

chungu

hormiga

nyuki

abeja

buibui

araña

mende	chura	kuchakuro
escarabajo	rana	ardilla

nungunungu	sungura	bundi
erizo	liebre	lechuza

ndege	swan	nguruwe mwitu
pájaro	cisne	jabalí

kulungu	aina ya kongoni	bwawa
ciervo	alce	presa
	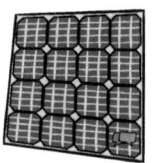	
tabo ya upepo	nishaji ya jua	hali ya hewa
aerogenerador	panel solar	clima

mgahawa
restaurante

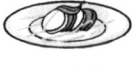

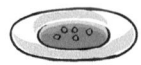

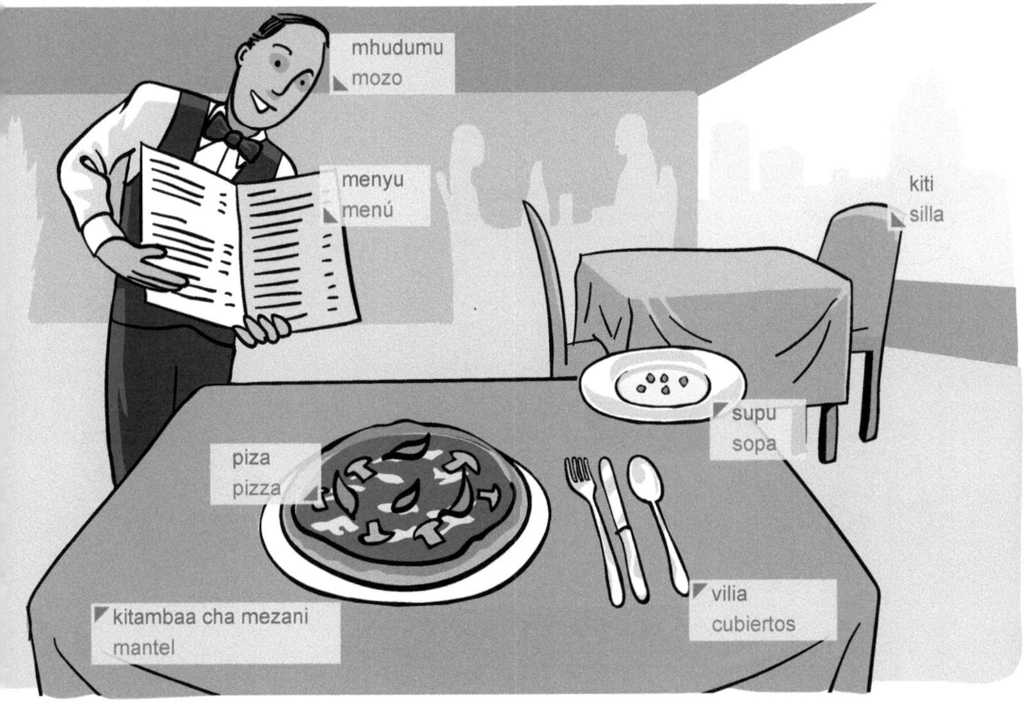
mhudumu
mozo
menyu
menú
kiti
silla
supu
sopa
piza
pizza
vilia
cubiertos
kitambaa cha mezani
mantel

kiamsha hamu
entrada

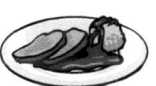

kozi kuu
plato principal

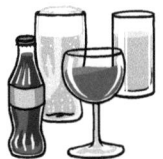

kitindamlo
postre

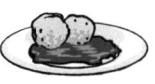

vinywaji
bebidas

chakula
comida

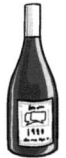

chupa
botella

chakula cha haraka

comida rápida

Streetfood

comida callejera

buli

tetera

kisanduku cha sukari

azucarera

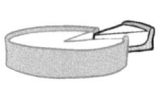

sehemu

porción

mashine ya espresso

cafetera expreso

kiti kirefu

sillita alta

muswada

cuenta

trei

bandeja

kisu

cuchillo

uma

tenedor

kijiko

cuchara

kijiko cha chai

cucharita

nepi

servilleta

glasi

vaso

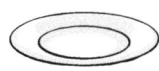

sahani

plato

sahani ya supu

plato hondo

sufuria

plato

mchuzi

salsa

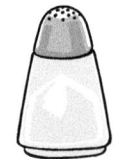

kichanyaji chumvi

salero

kinu cha pilipili

molinillo de pimienta

siki

vinagre

mafuta

aceite

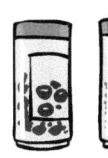

viungo

especias

kechapu

kétchup

haradali

mostaza

kachumbari nzito

mayonesa

dukakuu
supermercado

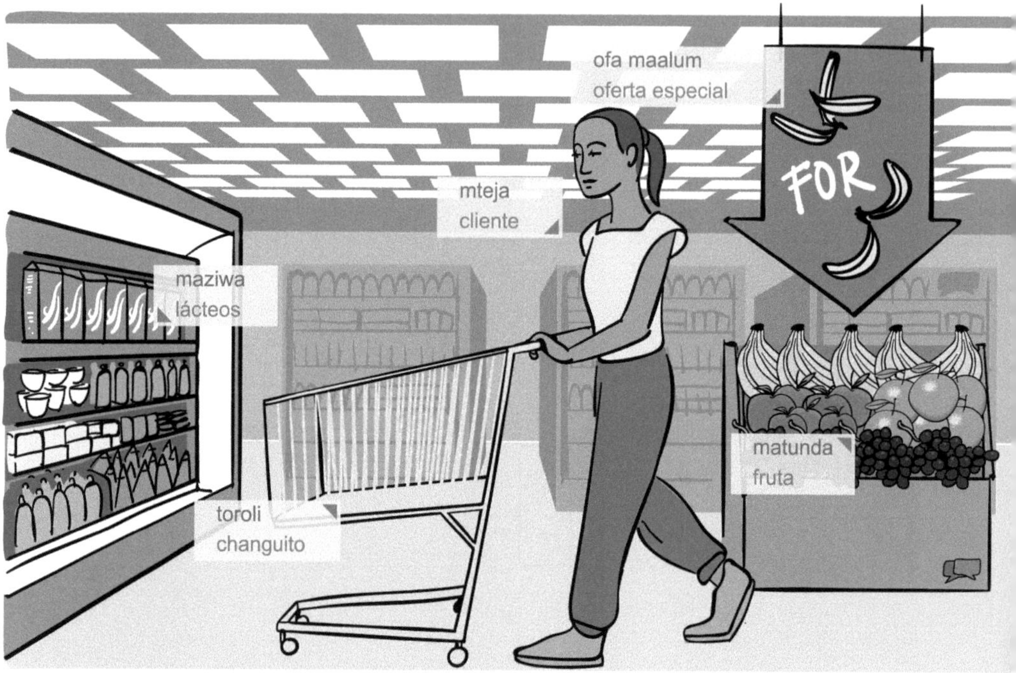

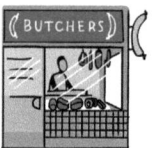

ofa maalum
oferta especial
FOR
mteja
cliente
maziwa
lácteos
matunda
fruta
toroli
changuito

BUTCHERS

mchinjaji
carnicería

BAKERY

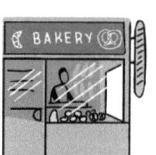

mwokaji
panadería

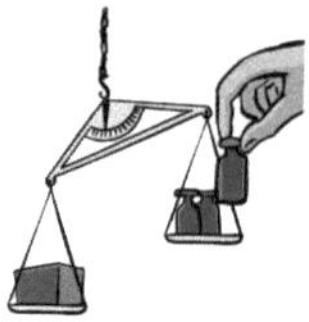

uzito
pesar

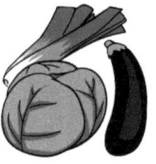

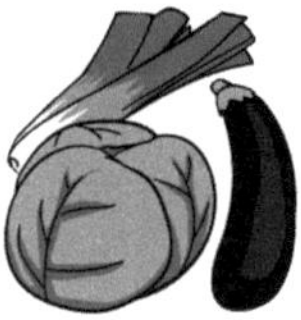

mboga
verduras

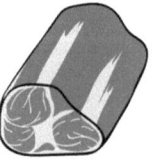

nyama
carne

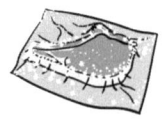

chakula waliohifadhiwa
alimentos congelados

ipande vya nyama baridi

fiambres

chakula cha kopo

alimentos enlatados

sabuni ya unga

detergente en polvo

pipi

golosinas

bidhaa za kaya

electrodomésticos

bidhaa za kusafisha

productos de limpieza

mtu mauzo

vendedora

mpaka

caja

keshia

cajero

orodha ya manunuzi

lista de compras

masaa ya ufunguzi

horario de atención

mkoba

billetera

kadi

tarjeta de crédito

mfuko

cartera

mfuko wa plastiki

bolsa de plástico

vinywaji
bebidas

maji

agua

sharubati

jugo

maziwa

leche

coke

bebida cola

mvinyo

vino

bia

cerveza

pombe

alcohol

kakao

cacao

chai

té

kahawa

café

spreso

café expreso

kapuchino

cappuccino

ndizi

banana

tufaha

manzana

machungwa

naranja

tikiti

melón

lemon

limón

karoti

zanahoria

kitunguu saumu

ajo

mianzi

bambú

kitunguu

cebolla

uyoga

champiñón

karanga

nueces

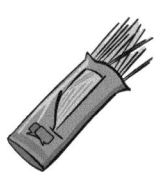

nudo

fideos

spageti

tallarines

mpunga

arroz

saladi

ensalada

vibanzi

papas fritas

viazi vya kukaanga

papas fritas

piza

pizza

hambaga

hamburguesa

sandwichi

sándwich

kipande

churrasco

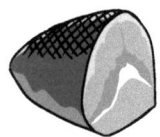

paja la mnyama

jamón

salami

salame

soseji

salchicha

kuku

pollo

choma

asado

samaki

pescado

oats ya uji

copos de avena

muesli

muesli

cornflakes

copos de maíz

unga

harina

kroisanti

medialuna

andazi

pancito

mkate

pan

mkate wa kubanika

tostada

biskuti

galletitas

siagi

manteca

maziwa mgando

cuajada

keki

torta

yai

huevo

yai kukaanga

huevo frito

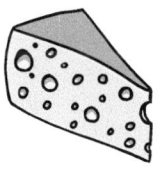

jibini

queso

aiskrimu

helado

sukari

azúcar

asali

miel

jemu

mermelada

kuenea kwa chokoleti

pasta de chocolate

mchuzi wa viungo

curry

shamba
granja

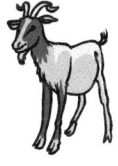

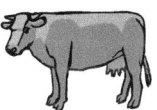

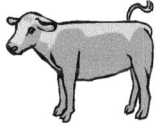

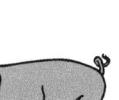

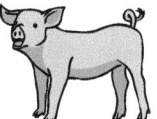

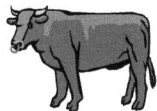

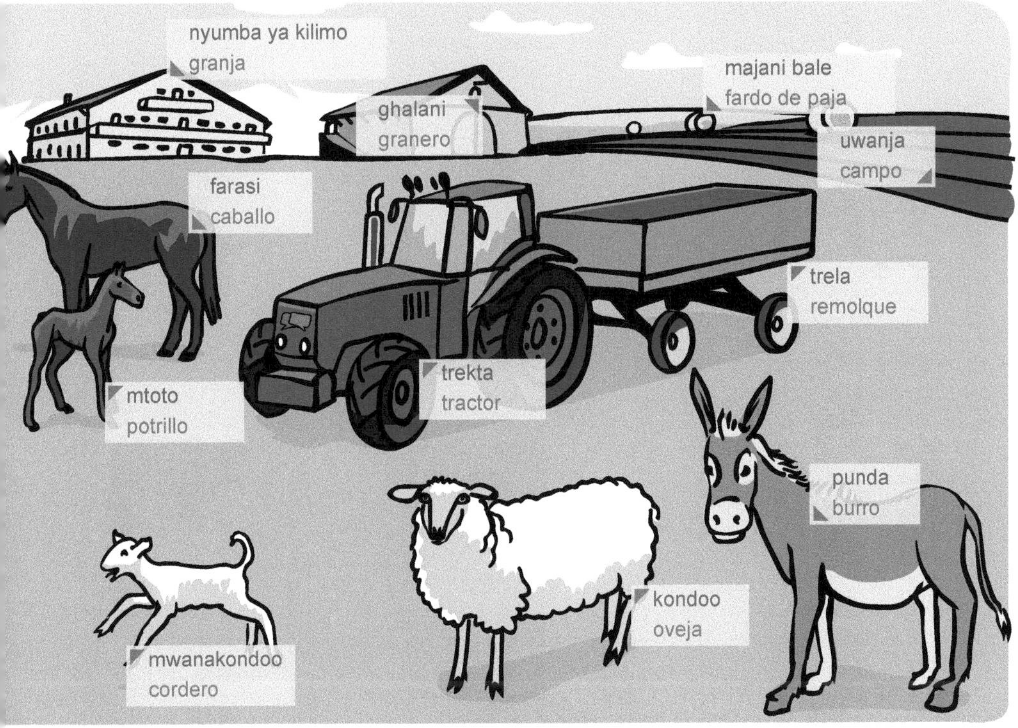

nyumba ya kilimo
granja
majani bale
fardo de paja
ghalani
granero
uwanja
campo
farasi
caballo
trela
remolque
trekta
tractor
mtoto
potrillo
punda
burro
kondoo
oveja
mwanakondoo
cordero

mbuzi

cabra

ng'ombe

vaca

ndama

ternero

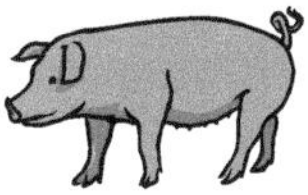

nguruwe

cerdo

mwananguruwe

lechón

fahali

toro

batabukini	bata	kifaranga
ganso	pato	pollo

kuku	jogoo	panya
gallina	gallo	rata

paka	panya	ng'ombe
gato	ratón	buey

mbwa	nyumba ya mbwa	bomba la bustani
perro	cucha	manguera

debe la kumwagilia maji	fyekeo	kulima
regadera	guadaña	arado

mundu

hoz

jembe

azada

uma wa nyasi

horquilla

shoka

hacha

toroli

carretilla

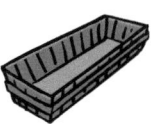

kupitia nyimbo

abrevadero

chombo cha maziwa

lechera

gunia

bolsa

ua

reja

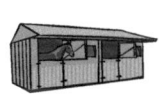

imara

establo

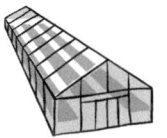

chafu

invernadero

udongo

suelo

mbegu

semilla

mbolea

fertilizador

kivunaji

cosechadora

mavuno

cosechar

mavuno

cosecha

viazi vikuu

batatas

ngano

trigo

soya

soja

viazi

papa

mahindi

maíz

rapa

semilla de colza

mti wa matunda

árbol frutal

muhogo

mandioca

nafaka

cereales

nyumba

casa

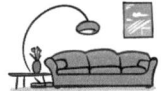

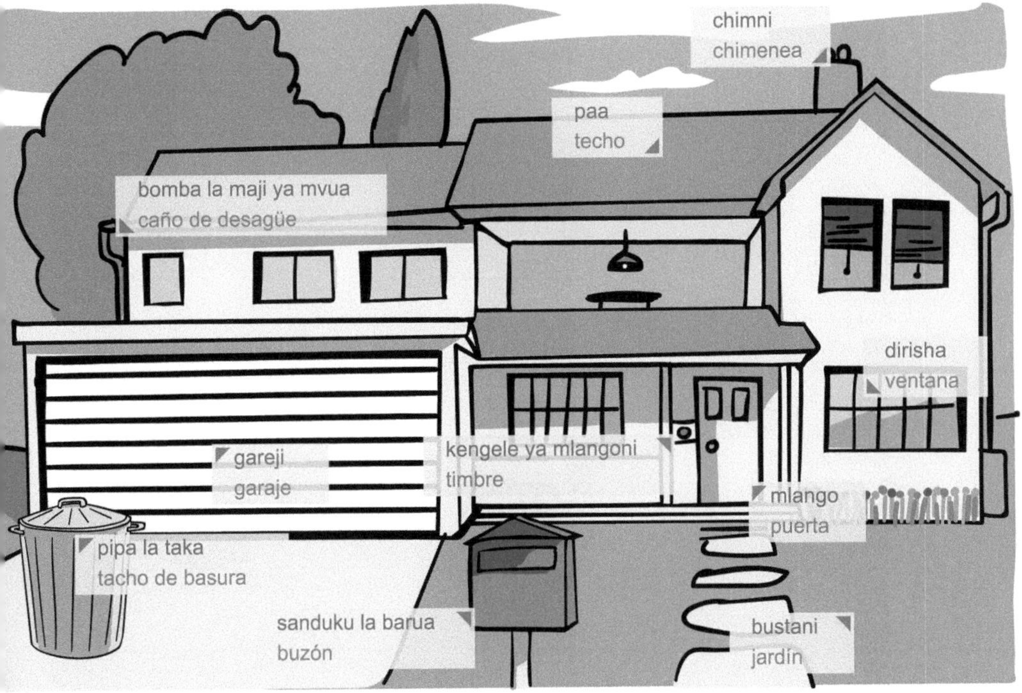
chimni
chimenea
paa
techo
bomba la maji ya mvua
caño de desagüe
dirisha
ventana
garеji
garaje
kengele ya mlangoni
timbre
mlango
puerta
pipa la taka
tacho de basura
sanduku la barua
buzón
bustani
jardín

sebuleni

living

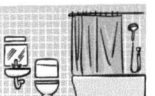

bafu

baño

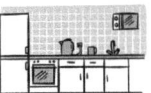

jikoni

cocina

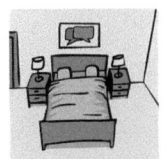

chumba cha kulala

dormitorio

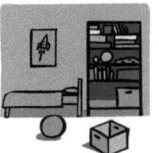

chumba ya mtoto

cuarto de los chicos

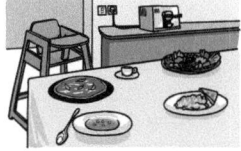

chumba cha kulia

comedor

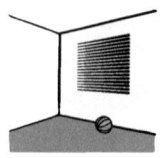

sakafu

piso

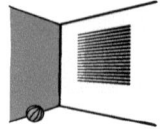

ukuta

pared

dari

cielorraso

pishi

sótano

sauna

sauna

roshani

balcón

mtaro

terraza

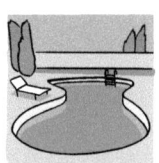

kidimbwi

pileta

mashine ya kukata nyasi

cortadora de pasto

karatasi

sábana

kitambaa cha kupamba
kitanda

acolchado

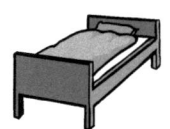

kitanda

cama

ufagio

escoba

ndoo

balde

kubadili

interruptor

sebuleni
living

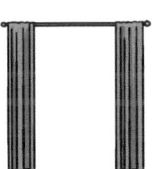

mandhari
empapelado
picha
imagen
taa
lámpara
rafu
estante
kabati
armario
televisheni/runinga
televisión
mekoni
chimenea
ua
flor
mto
almohadón
sofa
sofá
chombo cha maua
florero
kitenzambali
control remoto

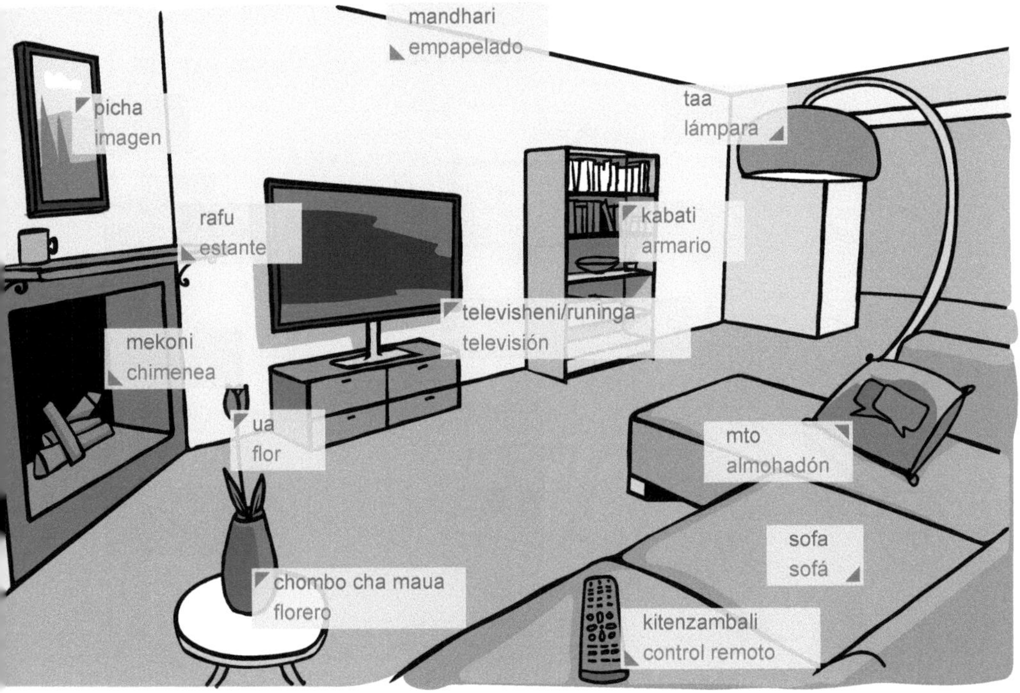

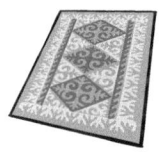

zulia
alfombra

pazia
cortina

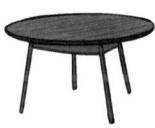

meza
mesa

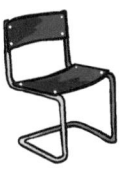

kiti
silla

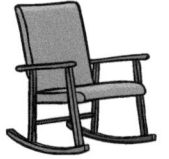

kiti cha bembea
mecedora

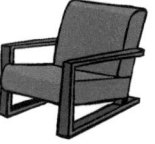

armchair
sillón

kitabu

libro

blanketi

frazada

mapambo

decoración

kuni

leña

filamu

película

kifaa cha hi-fi

equipo de música

ufunguo

llave

gazeti

diario

uchoraji

pintura

bango

póster

redio

radio

daftari

cuaderno

kifyonza

aspiradora

dungusi kakati

cactus

mshumaa

vela

jikoni
cocina

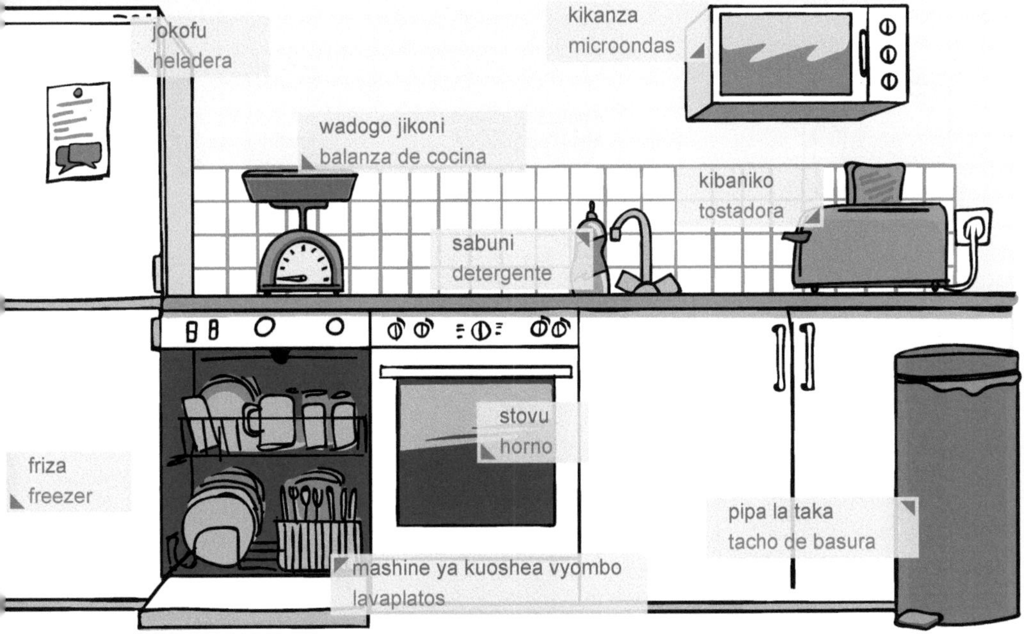
jokofu
heladera
kikanza
microondas
wadogo jikoni
balanza de cocina
kibaniko
tostadora
sabuni
detergente
stovu
horno
friza
freezer
pipa la taka
tacho de basura
mashine ya kuoshea vyombo
lavaplatos

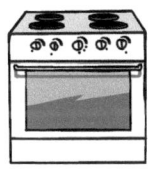

jiko la kupika

cocina

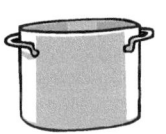

chungu

olla

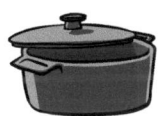

sufuria ya chuma

olla de hierro fundido

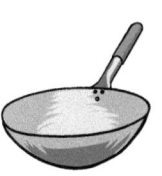

wok / kadai

wok

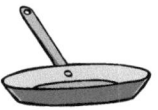

kaango

sartén

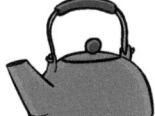

birika

pava

stima

vaporera

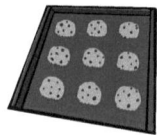

sinia ya kuoka

bandeja de horno

vyombo vya udongo

vajilla

kombe

taza

bakuli

bol

vijiti vya kulia

palitos

ukawa

cucharón

mwiko mpana

estpátula

burashi

batidora

kichujio

colador

chujio

colador

mbuzi

rallador

chokaa

mortero

barbeque

parrilla

moto wazi

fogata

ubao wa majaribio

tabla de picar

kijiti cha kusukuma unga

palo de amasar

kizibuo

sacacorchos

kopo

lata

inaweza kopo

abrelatas

kishikio cha chungu

manopla

karo

pileta

brashi

cepillo

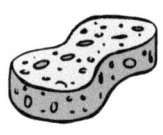

sifongo

esponja

kisagaji matunda

batidora

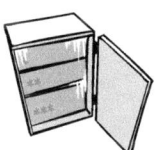

friji ya kina

congelador

chupa ya mtoto

mamadera

bomba

canilla

joto
calefacción

mfereji wa kuogea
ducha

taulo
toalla

pazia la kuogea
cortina de ducha

maji ya kuoga yenye povu
baño de espuma

hodhi
bañadera

glasi
vaso

mashine ya kuosha
lavarropas

bomba
canilla

vigae
baldosas

poti
pelela

karo
pileta

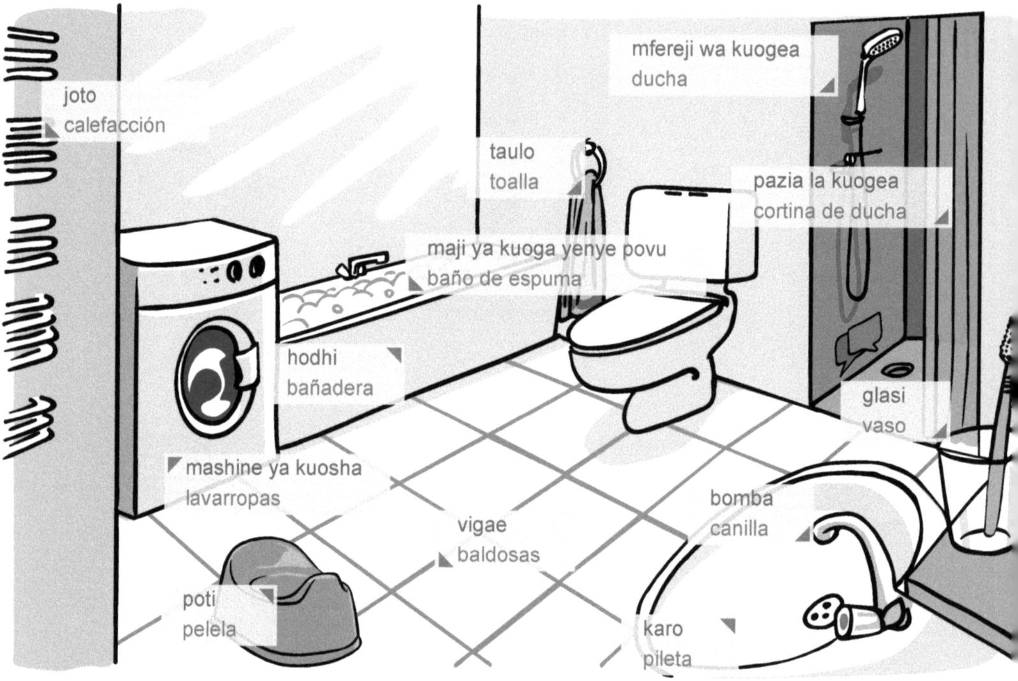

choo
inodoro

choo cha squat
letrina

beseni la mviringo
bidé

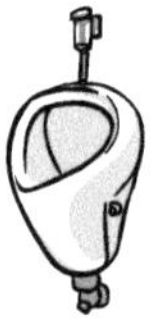

choo cha umma
mingitorio

shashi
papel higiénico

brashi ya choo
cepillo para el inodoro

mswaki

cepillo de dientes

dawa ya meno

dentífrico

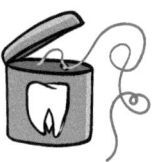

dawa ya meno

hilo dental

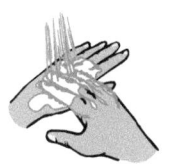

safisha

lavar

kuoga mkono

ducha de mano

msukumo wa maji

ducha higiénica

bonde

palangana

mpako wa pili

cepillo para espalda

sabuni

jabón

jeli ya kuogea

gel de ducha

shampuu

shampoo

flana

toallita

toa maji

desagüe

krimu

crema

kiondoa harufu

desodorante

kioo

espejo

kioo mkono

espejito

kinyozi

maquinita de afeitar

povu la kunyoa

espuma de afeitar

baada ya kunyoa

aftershave

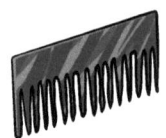

kichana

peine

brashi

cepillo

kikausha nywele

secador de pelo

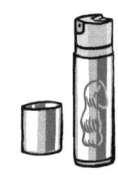

marashi ya nyewele

spray

vipodozi

maquillaje

kidomwa

lápiz de labios

varnish ya msumari

esmalte para uñas

pamba

algodón

mkasi wa kucha

tijera para uñas

manukato

perfume

mkoba wa kuosha

portacosméticos

kinyesi

banqueta

mizani

balanza

nguo ya kuoga

bata

glavu za mpira

guantes de goma

kisodo

tampón

sodo

toallita femenina

kemikali choo

baño químico

chumba ya mtoto

cuarto de los chicos

saa ya kengele
despertador
kidoli cha kupakata
peluche
gari bandia
coche de juguete
kelele
sonajero
chumba cha midoli
casa de muñecas
sasa
regalo

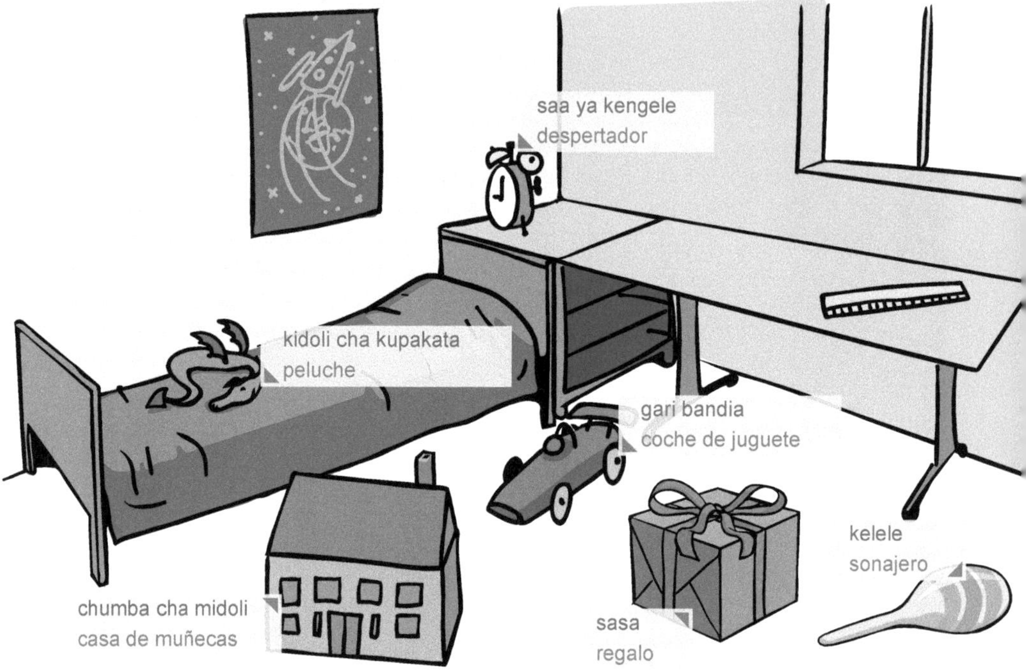

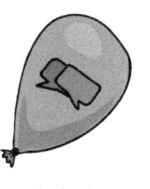

baluni

globo

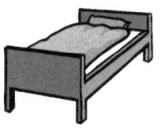

kitanda

cama

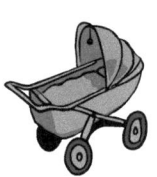

mashua

cochecito

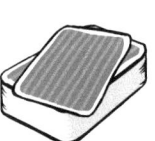

staha ya kadi

cartas

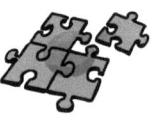

mchezo-fumb

rompecabezas

SUPER MEGA

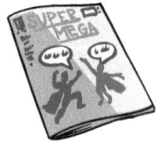

vichekesho

historieta

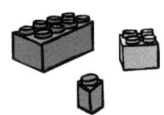

matofali lego

piezas de lego

vitalu mwigo

ladrillos de juguete

hatua takwimu

figura de acción

suti ya kulalia

enterito (de bebé)

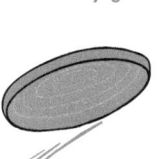

kisahani

frisbee

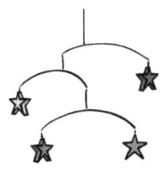

simu

móvil para bebés

ubao wa michezo

juego de mesa

kete

dados

garimoshi mwigo

tren eléctrico

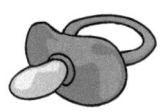

dummy

chupete

chama

fiesta

picha kitabu

libro de cuentos ilustrado

mpira

pelota

kikaragosi

muñeca

kucheza

jugar

shimo la mchanga

arenero

bembea

hamaca

vitu bandia

juguetes

kiweko cha video ya mchezo

consola de videojuegos

baiskeli ya magurudumu

triciclo

matatu

mwanasesere

osito de peluche

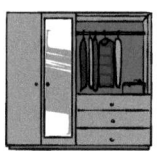

kabati

armario

soksi

medias

stokingi

medias panty

kibano

calzas

skafu
bufanda

mwavuli
paraguas

ukanda
cinturón

fulana
remera

wakufunzi
zapatillas

viatu
botas

ndara
pantuflas

malapa
sandalias

viatu
zapatos

mabuti ya mpira
botas de goma

suruali ya ndani
ropa interior

sidiria
corpiño

fulana
chaleco

mwili

body

suruali

pantalones

dangirizi

jeans

sketi

pollera

blauzi

blusa

shati

camisa

vuta

pulóver

sweta

buzo

bleza

blazer

jaketi

campera

koti

tapado

koti la mvua

piloto

maleba

traje

gauni

vestido

mavazi ya harusi

vestido de novia

nguo - ropa

suti

traje

vazi la usiku

camisón

pajama

pijama

sari

sari

skafu

pañuelo para cabeza

kilemba

turbante

burka

burka

kaftan

caftán

abaya

abaya

vazi la kuogelea

traje de baño

vazi la kiume la kuogelea

short de baño

kaptura

shorts

teitei

jogging

aproni

delantal

glavu

guantes

kifungo

botón

glasi

anteojos

bangili

pulsera

mkufu

collar

pete

anillo

herini

aro

kofia

gorra

kiango cha koti

percha

kofia

sombrero

tai

corbata

zipu

cierre

kofia

casco

kanda za suruali

tiradores

sare za shule

uniforme escolar

sare

uniforme

bibu
babero

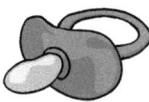

dummy
chupete

nepi
pañal

ofisi
oficina

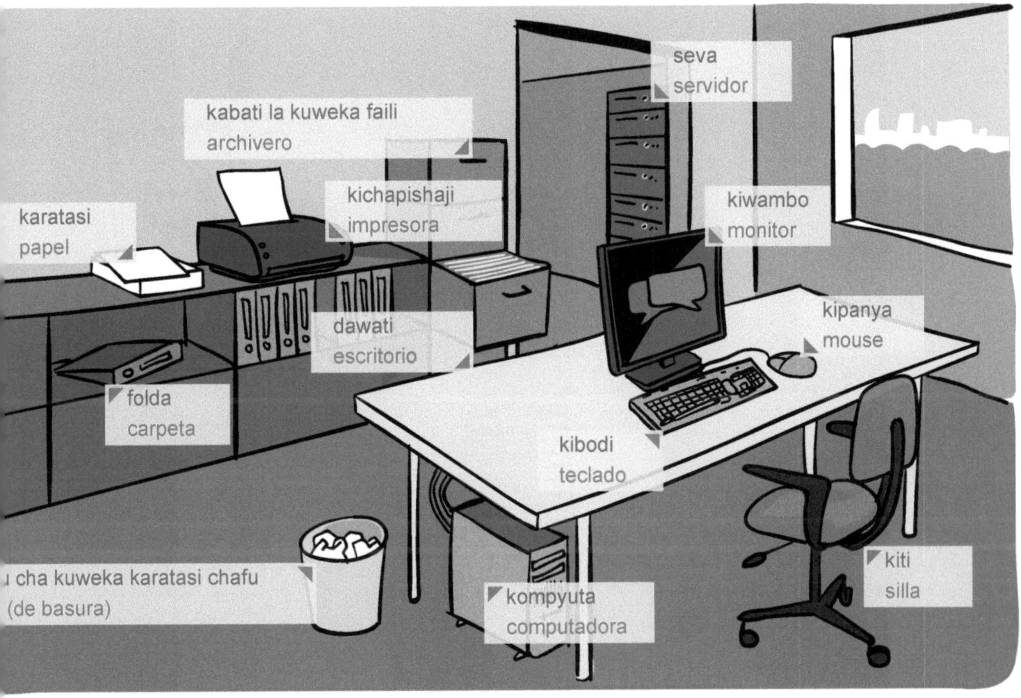

seva
servidor

kabati la kuweka faili
archivero

kichapishaji
impresora

kiwambo
monitor

karatasi
papel

kipanya
mouse

dawati
escritorio

folda
carpeta

kibodi
teclado

u cha kuweka karatasi chafu
(de basura)

kompyuta
computadora

kiti
silla

kmobe la kahawa
taza de café

kikokotoo
calculadora

biashara
internet

ofisi - oficina

49

mbali

laptop

barua

carta

ujumbe

mensaje

rununu

celular

intaneti

red

fotokopia

fotocopiadora

programu

software

simu

teléfono

soketi

tomacorriente

kipepesi

fax

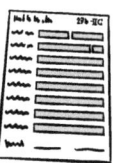

fomu

formulario

hati

documento

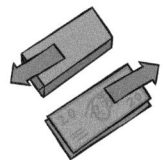

kununua

comprar

kulipa

pagar

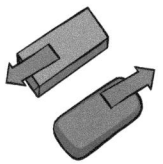

biashara

hacer negocios

fedha

dinero

dola

dólar

yuro

euro

yeni

yen

rouble

rublo

faranga ya Uswisi

franco suizo

renminbi yuan

yuan

rupia

rupia

eneo la kulipia

cajero automático

ofisi ya ubadilishanaji	dhahabu	fedha
casa de cambio	oro	plata

mafuta	nishati	bei
petróleo	energía	precio
		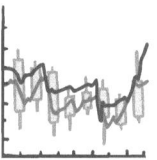
mkataba	kodi	bidhaa
contrato	impuesto	acción

kazi	mfanyakazi	mwajiri
trabajar	empleado	empleador

kiwanda	duka	
fábrica	negocio	

kazi

ocupaciones

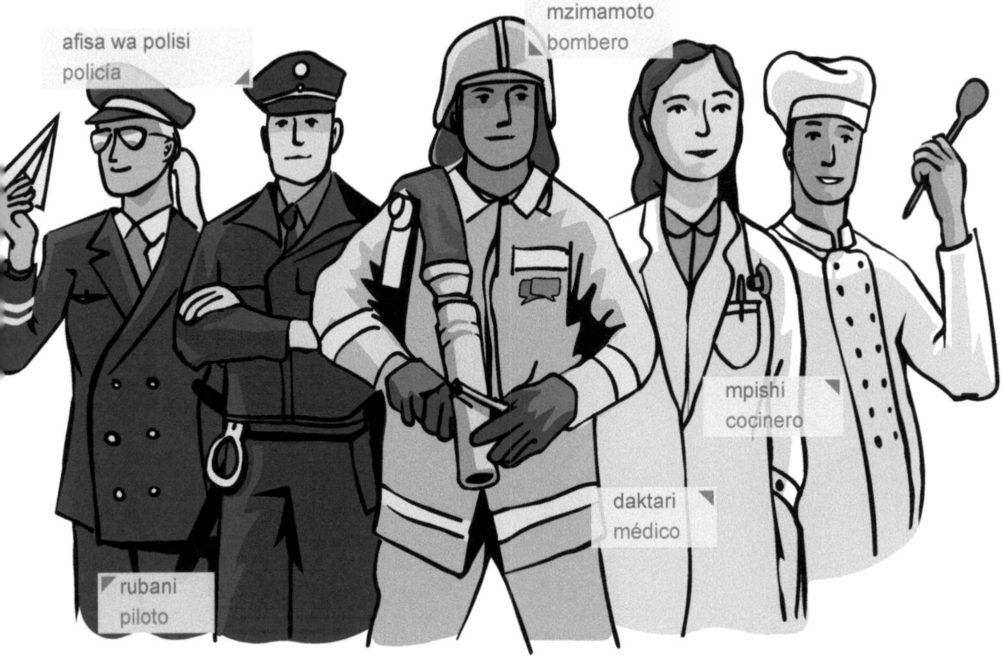

afisa wa polisi
policía
mzimamoto
bombero
mpishi
cocinero
daktari
médico
rubani
piloto

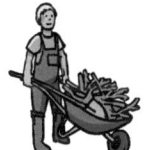

mtunza bustani

jardinero

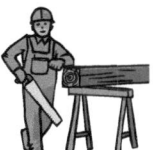

seremala

carpintero

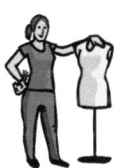

mshonaji

modista

hakimu

juez

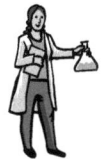

mwanakemia

farmacéutico

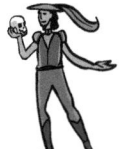

muigizaji

actor

dereva wa basi

colectivero

dereva wa teksi

taxista

mvuvi

pescador

mwanamke wa kusafisha

mucama

mwezekaji

techista

mhudumu

mozo

mwindaji

cazador

mchoraji

pintor

mwokaji

panadero

umeme

electricista

mjenzi

albañil

mhandisi

ingeniero

mchinjaji

carnicero

fundi bomba

plomero

mwanaposta

cartero

mwanajeshi

soldado

msanifu majengo

arquitecto

keshia

cajero

muuza maua

florista

msusi

peluquero

kondakta

cobrador

mekanika

mecánico

nahodha

capitán

daktari wa meno

dentista

mwanasayansi

científico

rabbi

rabino

imamu

imán

mtawa

monje

kasisi

sacerdote

kazi - ocupaciones

zana
herramientas

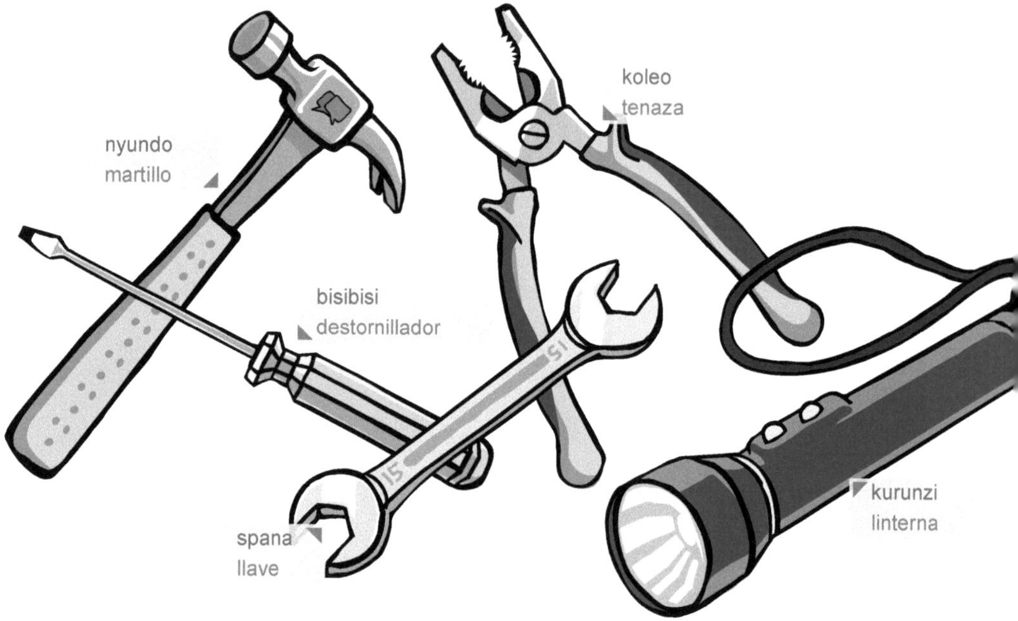
nyundo
martillo
koleo
tenaza
bisibisi
destornillador
spana
llave
kurunzi
linterna

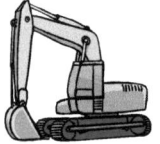

mchimbaji

excavadora

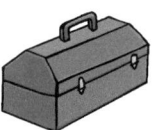

sanduku la vifaa

caja de herramientas

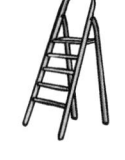

ngazi

escalera portátil

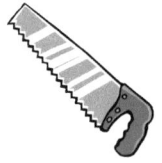

msumeno

sierra

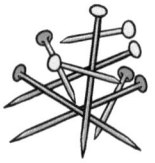

misumari

clavos

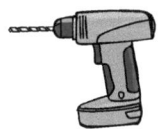

kuchimba visima

taladro

kukarabati

arreglar

sepetu

pala de jardín

Lo!

¡Qué bronca!

kishikio cha uchafu

pala de plástico

chungu cha rangi

tacho de pintura

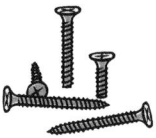

skurubu

tornillos

ala za muziki

instrumentos musicales

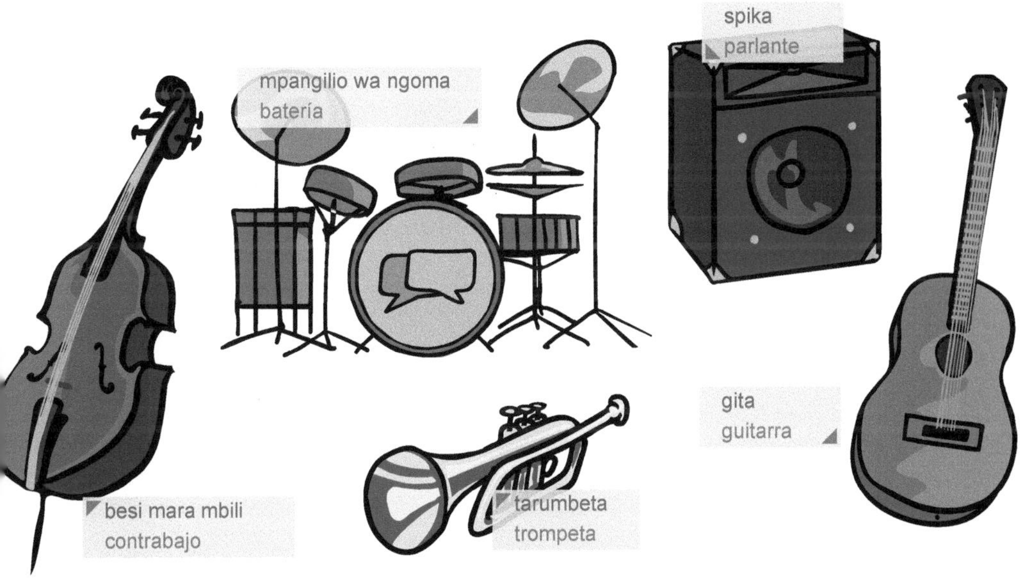

mpangilio wa ngoma
batería

spika
parlante

gita
guitarra

besi mara mbili
contrabajo

tarumbeta
trompeta

piano
piano

fidla
violín

ubeji
bajo

timpani
timbales

ngoma
tambor

kibodi
teclado

saksafoni
saxofón

filimbi
flauta

maikrofoni
micrófono

ala za muziki - instrumentos musicales

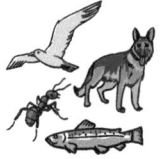

bustani ya wanyama

zoológico

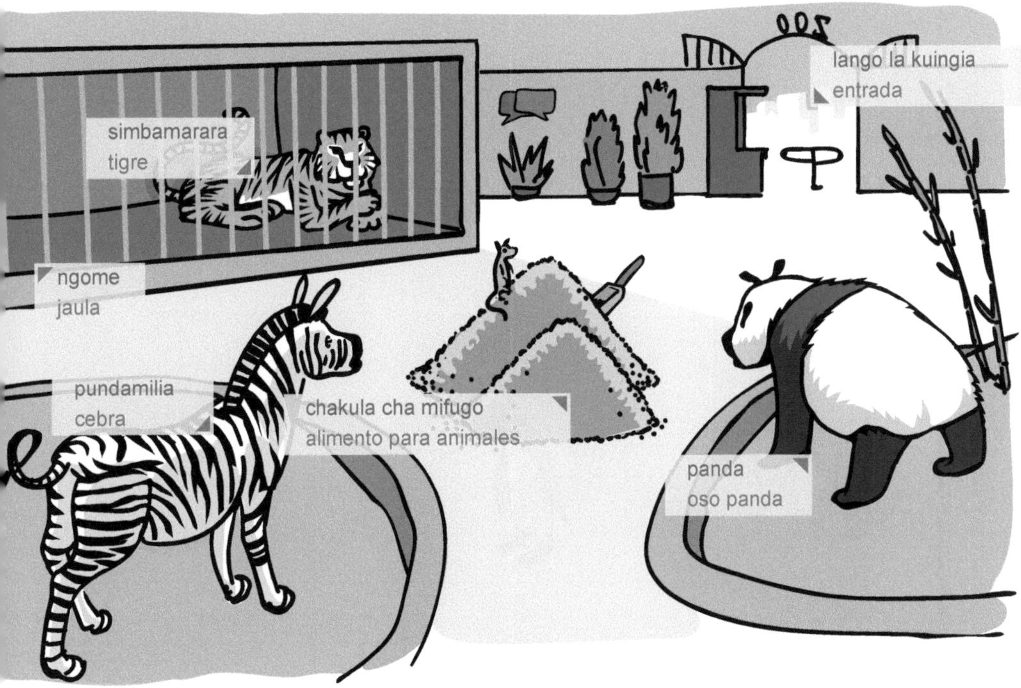

lango la kuingia
entrada
simbamarara
tigre
ngome
jaula
pundamilia
cebra
chakula cha mifugo
alimento para animales
panda
oso panda

wanyama

animales

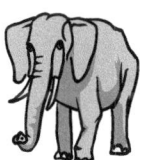

tembo

elefante

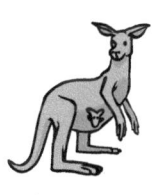

kangaruu

canguro

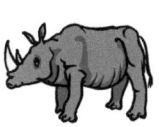

kifaru

rinoceronte

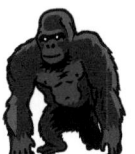

sokwe

gorila

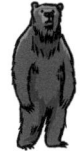

dubu

oso

ngamia

camello

mbuni

avestruz

simba

león

tumbili

mono

heroe

flamenco

kasuku

loro

dubu

oso polar

penguini

pingüino

papa

tiburón

tausi

pavo real

nyoka

serpiente

mamba

cocodrilo

mtunza wanyama

cuidador del zoológico

muhuri

foca

jaguar

jaguar

mwanafarasi

poni

chui

leopardo

kiboko

hipopótamo

twiga

jirafa

tai

águila

nguruwe mwitu

jabalí

samaki

pescado

kobe

tortuga

sili

morsa

mbweha

zorro

paa

gacela

michezo
deportes

soka ya marekani
fútbol americano

uendeshaji baiskeli
ciclismo

tenisi
tenis

mpira wa kikapu
básquet

kuogelea
natación

ndondi
boxeo

magongo ya barafuni
hockey sobre hielo

soka
fútbol

vinyoya
bádminton

riadha
atletismo

mpira wa mikono
handball

skii
esquí

polo
polo

shughuli
actividades

cheka
reír
kuruka
saltar
kumbatia
abrazar
kutembea
caminar
kuimba
cantar
ota ndoto
soñar
kuomba
rezar
busu
besar

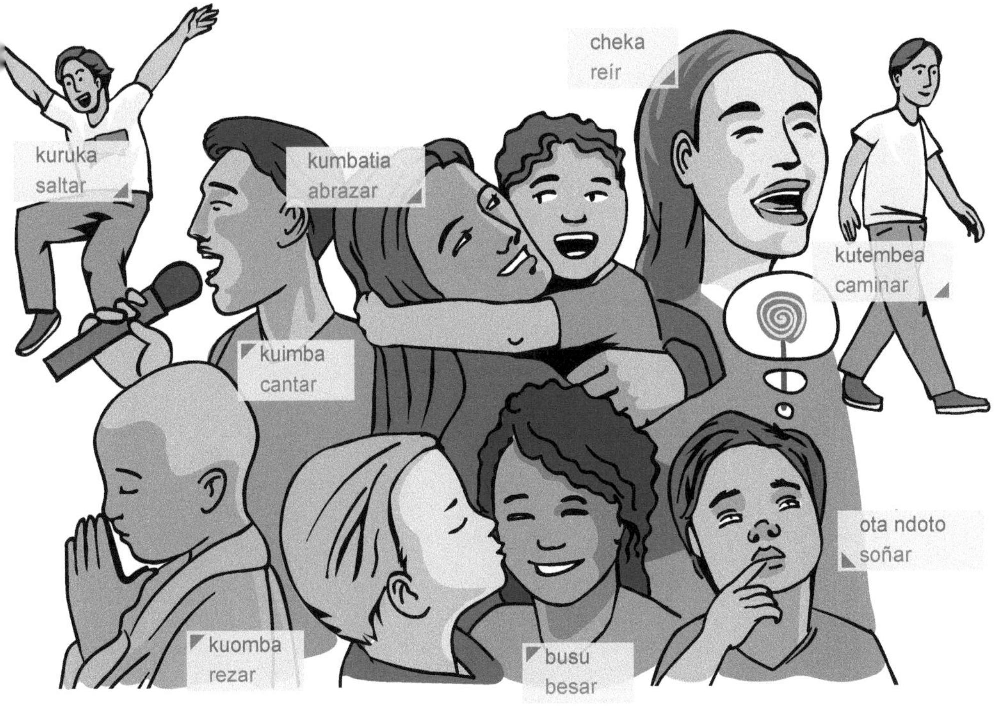

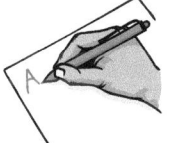

kuandika
escribir

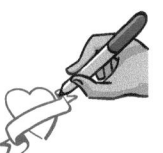

kuteka
dibujar

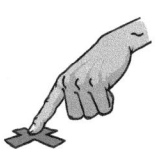

angalia
mostrar

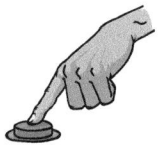

sukuma
presionar

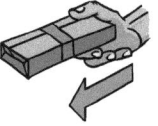

kutoa
dar

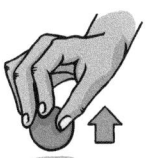

kuchukua
tomar

kuwa

tener

fanya

hacer

kuwa

ser

kusimama

estar parado

kukimbia

correr

vuta

tirar

kutupa

tirar

kuanguka

caer

hadaa

estar acostado

kusubiri

esperar

kubeba

llevar

kukaa

estar sentado

vaa nguo

vestirse

usingizi

dormir

kuamka

despertar

kuangalia

mirar

lia

llorar

kiharusi

acariciar

chana nywele

peinar

ongea

hablar

kuelewa

entender

kuuliza

preguntar

kusikiliza

escuchar

kunywa

beber

kula

comer

nadhifisha

ordenar

upendo

amar

mpishi

cocinar

gari

manejar

kuruka

volar

meli

navegar

kokotoa

calcular

kusoma

leer

kujifunza

aprender

kazi

trabajar

kuoa

casarse

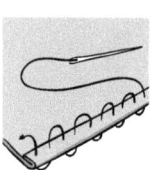

kushona

coser

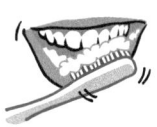

piga mswaki

cepillarse los dientes

kuua

matar

moshi

fumar

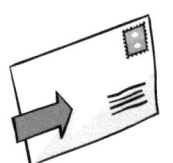

kutuma

enviar

familia
familia

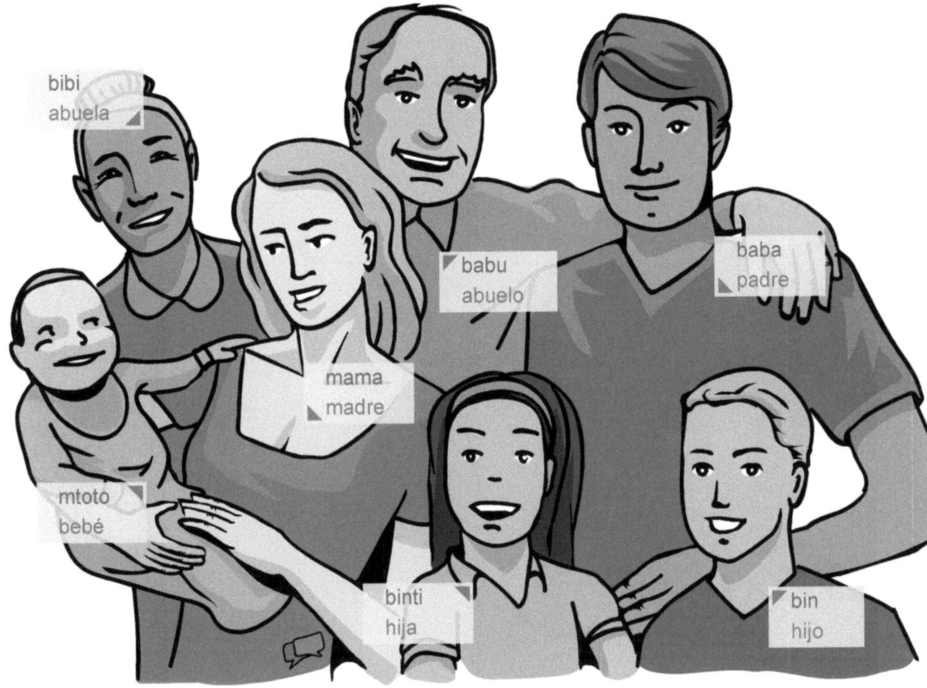
bibi
abuela
babu
abuelo
baba
padre
mama
madre
mtoto
bebé
binti
hija
bin
hijo

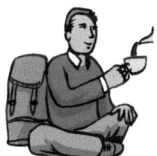

mgeni

invitado

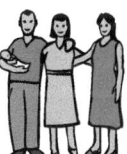

shangazi

tía

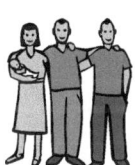

mjomba

tío

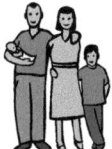

kaka

hermano

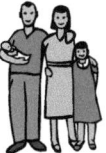

dada

hermana

mwili

cuerpo

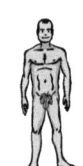

paji la uso
frente
jicho
ojo
bega
hombro
kidole
dedo
uso
cara
kidevu
pera
mkono
mano
matiti
pecho
mguu
pierna
mkono
brazo

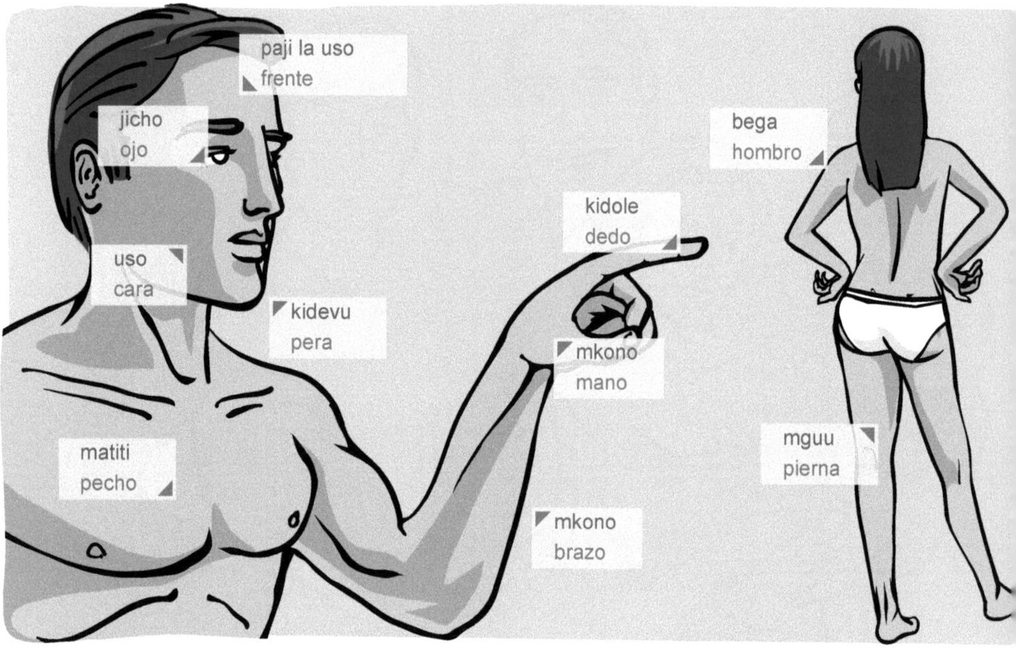

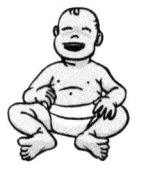

mtoto

bebé

mwanamume

hombre

mwanamke

mujer

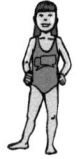

msichana

nena

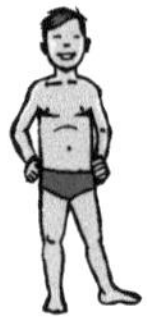

mvulana

nene

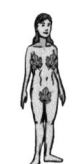

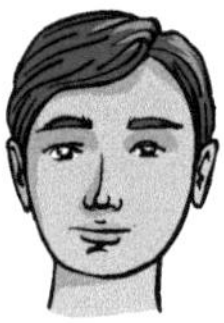

kichwa

cabeza

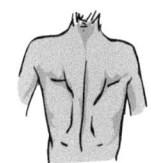

nyuma

espalda

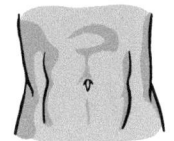

tumbo

panza

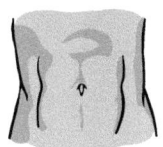

kitovu

ombligo

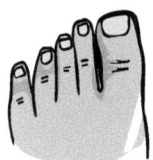

chano

dedo del pie

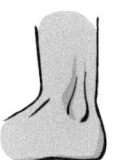

kisigino

talón

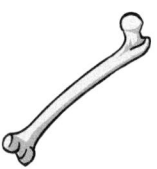

mfupa

hueso

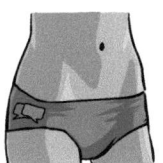

nyonga

cadera

goti

rodilla

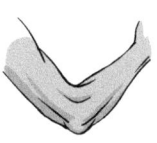

kiwiko

codo

pua

nariz

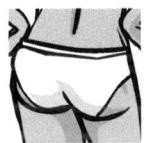

chini

cola

ngozi

piel

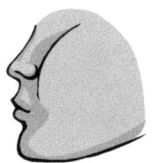

shavu

cachete

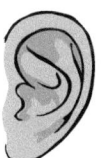

sikio

oreja

mdomo

labio

kinywa

boca

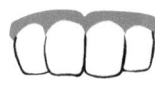

jino

diente

ulimi

lengua

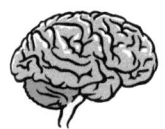

ubongo

cerebro

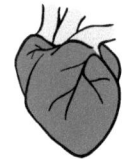

moyo

corazón

misuli

músculo

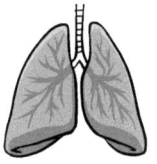

pafu

pulmón

ini

hígado

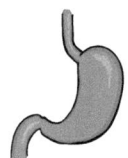

tumbo

estómago

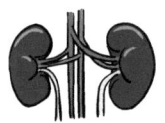

figo

riñones

jinsia

sexo

kondomu

preservativo

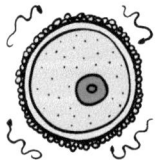

ovari

óvulo

shahawa

semen

mimba

embarazo

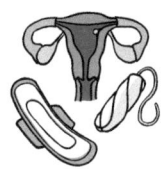

hedhi

menstruación

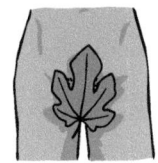

uke

vagina

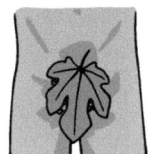

uume

pene

unyusi

ceja

nywele

pelo

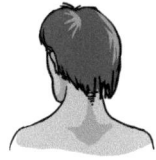

shingo

cuello

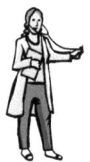

hospitali
hospital

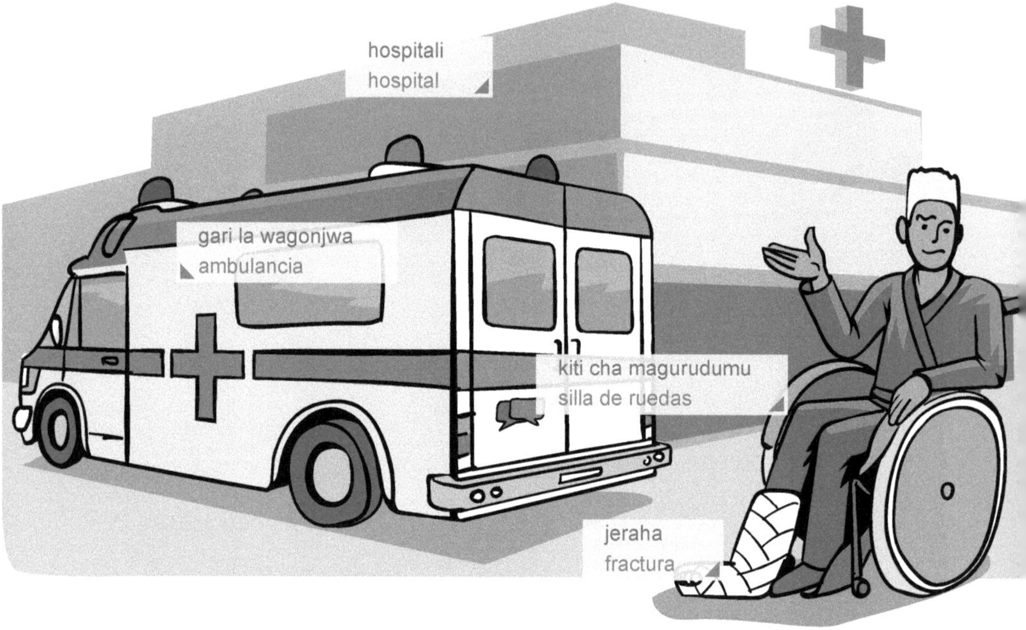

hospitali
hospital
gari la wagonjwa
ambulancia
kiti cha magurudumu
silla de ruedas
jeraha
fractura

daktari

médico

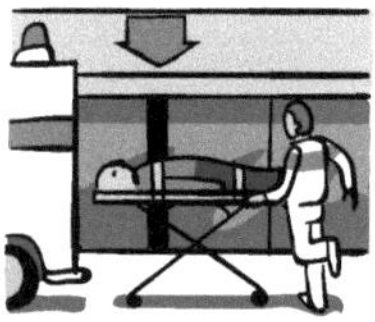

chumba cha dharura

sala de guardia

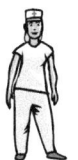

muuguzi

enfermera

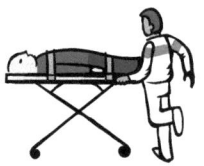

dharura

emergencia

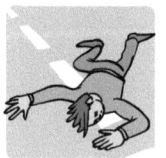

kupoteza fahamu

inconsciente

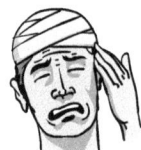

maumivu

dolor

	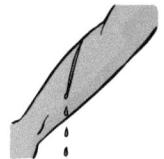	
kuumia	kutokwa na damu	mshtuko wa moyo
lesión	hemorragia	infarto

kiharusi	mzio	kikohozi
ACV	alergia	tos

homa	mafua	kuharisha
fiebre	gripe	diarrea
	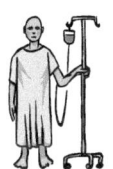	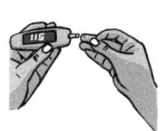
maumivu ya kichwa	kansa	ugonjwa wa kisukari
dolor de cabeza	cáncer	diabetes
	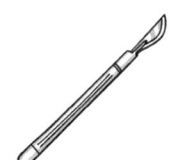	
daktari mpasuaji	kisu kidogo cha kupasulia	operesheni
cirujano	bisturí	operación

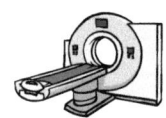

picha changanufu ya mwili

TC

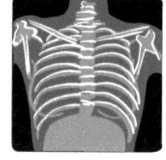

Eksrei

rayos x

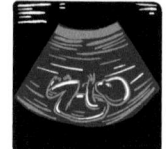

mawimbi sauti

ecografía

barakoa ya uso

barbijo

ugonjwa

enfermedad

chumba cha kusubiri

sala de espera

mkongojo

muleta

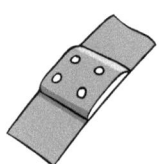

plasta

curita

bendeji

venda

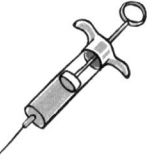

sindano

inyección

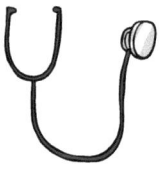

stetoskopu

estetoscopio

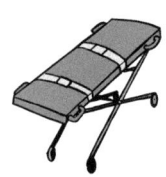

machela

camilla

kipimajoto cha kliniki

termómetro

kuzaliwa

nacimiento

unene kupita kiasi

sobrepeso

hospitali - hospital

kusikia misaada

audífono

kipukusi

desinfectante

maambukizi

infección

virusi

virus

VVU / UKIMWI

VIH / SIDA

dawa

remedio

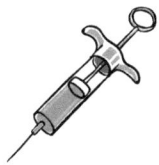

chanjo

vacunación

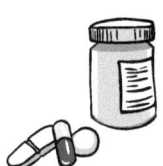

vidonge

comprimidos

kidonge

pastilla anticonceptiva

simu ya dharura

llamada de emergencia

haemodainamometa

tensiómetro

mgonjwa / mwenye afya

enfermo / sano

Msaada!

¡Ayuda!

kengele

alarma

pigo

agresión

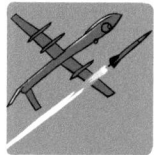

shambulizi

ataque

hatari

peligro

lango la dharura

salida de emergencia

Moto!

¡Fuego!

kizima moto

matafuego

ajali

accidente

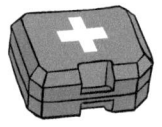

vifaa vya huduma ya kwanza

botiquín de primeros auxilios

wito wa msaada

SOS

polisi

policía

Ulaya

Europa

Amerika ya Kaskazini

América del Norte

Amerika ya Kusini

América del Sur

Afrika

África

Asia

Asia

Australia

Australia

Atlantiki

Atlántico

Pasifiki

Pacífico

Bahari ya Hindi

Océano Índico

Bahari ya Antaktiki

Océano Antártico

Bahari ya Aktiki

Océano Ártico

Ncha ya Kaskazini

polo norte

Ncha ya Kusini

polo sur

Antaktika

Antártida

dunia

Tierra

nchi

tierra

bahari

mar

kisiwa

isla

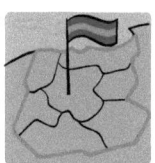

taifa

nación

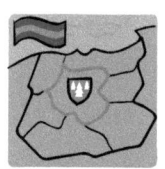

jimbo

estado

dunia - Tierra

uso wa saa

esfera

akrabu ya saa

manecilla de las horas

akrabu ya dakika

minutero

akrabu ya sekunde

segundero

Ni saa ngapi?

¿Qué hora es?

siku

día

wakati

hora

sasa

ahora

saa ya dijitali

reloj digital

dakika

minuto

saa

hora

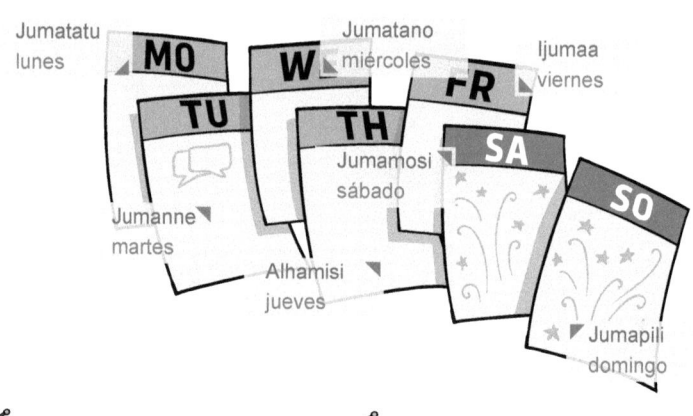

Jumatatu / lunes — MO
Jumanne / martes — TU
Jumatano / miércoles — W
Alhamisi / jueves — TH
Ijumaa / viernes — FR
Jumamosi / sábado — SA
Jumapili / domingo — SO

jana
ayer

leo
hoy

kesho
mañana

asubuhi
mañana

saa sita mchana
mediodía

jioni
tarde

siku za biashara
días hábiles

mwishoni mwa wiki
fin de semana

mwaka
año

mvua
lluvia
upinde wa mvua
arco iris
theluji
nieve
upepo
viento
majira ya machipuko
primavera
vuli
otoño
kiangazi
verano
majira ya baridi
invierno

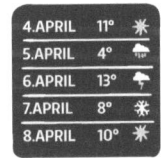

4.APRIL 11°
5.APRIL 4°
6.APRIL 13°
7.APRIL 8°
8.APRIL 10°

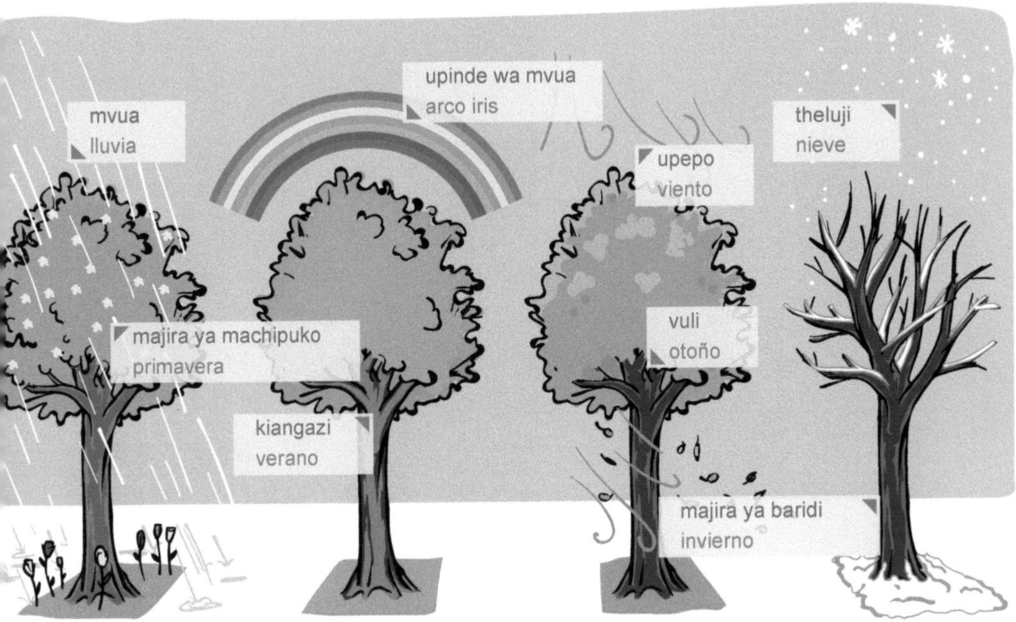

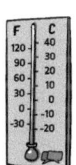

utabiri wa hali ya hewa

pronóstico meteorológico

F C
120 90 60 30 0 -30
40 30 20 10 0 -10 -20

kipimajoto

termómetro

mwanga wa jua

luz del sol

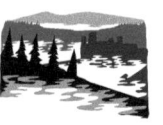

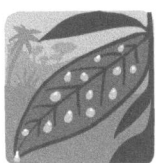

wingu

nube

ukungu

niebla

unyevu

humedad

umeme

rayo

radi

trueno

dhoruba

tormenta

mvua ya mawe

granizo

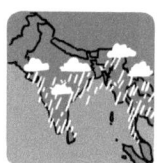

monsuni

monzón

mafuriko

inundación

barafu

hielo

Januari

enero

Februari

febrero

Machi

marzo

Aprili

abril

Mei

mayo

Juni

junio

Julai

julio

Agosti

agosto

mwaka - año

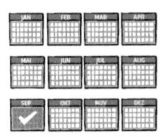

Septemba

septiembre

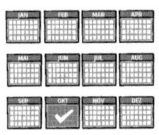

Oktoba

octubre

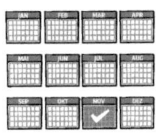

Novemba

noviembre

Desemba

diciembre

maumbo
formas

mduara

círculo

mraba

cuadrado

mstatili

rectángulo

pembetatu

triángulo

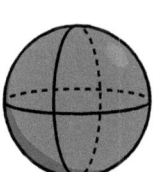

nyanja

esfera

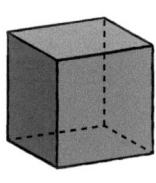

mchemraba

cubo

nyeupe

blanco

manjano

amarillo

chungwa

naranja

rangi ya waridi

rosa

nyekundu

rojo

hudhurungi

violeta

bluu

azul

kijani

verde

hanja

marrón

jivujivu

gris

nyeusi

negro

mengi / kidogo

mucho / poco

hasira / pole

enojado / tranquilo

nzuri / mbaya

lindo / feo

mwanzo / mwisho

principio / fin

kubwa / ndogo

grande / chico

angavu / giza

claro / oscuro

kaka / dada

hermano / hermana

safi / chafu

limpio / sucio

kamilika / tokamilika

completo / incompleto

siku / usiku

día / noche

wafu / hai

muerto / vivo

pana / nyembamba

ancho / angosto

kulika / kutolika

comestible / no comestible

ovu / ema

malo / amable

sisimkwa / udhika

entusiasmado / aburrido

nene / nyembamba

gordo / flaco

kwanza / mwisho

primero / último

rafiki / adui

amigo / enemigo

jaa / tupu

lleno / vacío

ngumu / laini

duro / blando

nzito / nyepesi

pesado / liviano

njaa / kiu

hambre / sed

mgonjwa / mwenye afya

enfermo / sano

haramu / kisheria

ilegal / legal

akili / kijinga

inteligente / estúpido

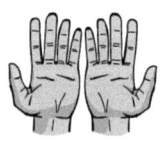

kushoto / kulia

izquierda / derecha

karibu / mbali

cerca / lejos

mpya / kutumika

nuevo / usado

kitu / jambo

nada / algo

zee / changa

viejo / joven

waka / zima

encendido / apagado

wazi / fungwa

abierto / cerrado

utulivu / kelele

silencioso / ruidoso

tajiri / masikini

rico / pobre

sahihi / kosa

correcto / incorrecto

mbaya / laini

áspero / suave

huzunika / furahia

triste / contento

fupi /ndefu

corto / largo

polepole / haraka

lento / rápido

nyevu / kavu

mojado / seco

joto / baridi

caliente / frío

vita / amani

guerra / paz

nambari
números

0
sufuri
cero

1
moja
uno

2
mbili
dos

3
tatu
tres

4
nne
cuatro

5
tano
cinco

6
sita
seis

7
saba
siete

8
nane
ocho

9
tisa
nueve

10
kumi
diez

11
kumi na moja
once

12

kumi na mbili

doce

13

kumi na tatu

trece

14

kumi na nne

catorce

15

kumi na tano

quince

16

kumi na sita

dieciséis

17

kumi na saba

diecisiete

18

kumi na nane

dieciocho

19

kumi na tisa

diecinueve

20

ishirini

veinte

100

mia

cien

1.000

elfu

mil

1.000.000

milioni

millón

Kiingereza

inglés

Kiingereza cha Marekani

inglés americano

Kimandarini cha Uchina

chino mandarín

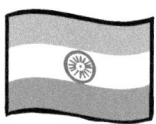

Kihindi

hindi

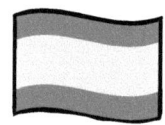

Kihispania

español

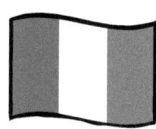

Kifaransa

francés

Kiarabu

árabe

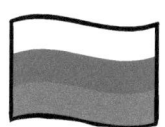

Kirusi

ruso

Kireno

portugués

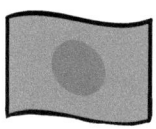

Kibengali

bengalí

Kijerumani

alemán

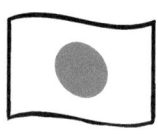

Kijapani

japonés

mimi

yo

wewe

vos

♂ ♀ ○

yeye / yeye / ni

él / ella

sisi

nosotros

wewe

ustedes

wao

ellos

nani?

¿quién?

nini?

¿qué?

jinsi gani?

¿cómo?

wapi?

¿dónde?

lini?

¿cuándo?

HELLO, I AM

jina

nombre

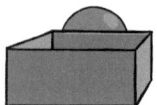

nyuma

detrás

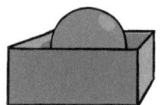

katika

en

mbele ya

adelante de

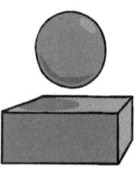

juu ya

por encima de

kwenye

sobre

chini ya

debajo de

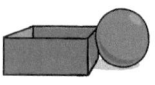

kando

al lado de

kati

entre

mahali

lugar